என்னைச் சந்திக்க கனவில் வராதே...

நா.முத்துக்குமார்

டிஸ்கவரி பப்ளிகேஷன்ஸ்
எண்: 9, பிளாட் எண்: 1080A, ரோஹிணி பிளாட்ஸ்
முனுசாமி சாலை, கே.கே.நகர் மேற்கு,
சென்னை - 600 078. பேச: 99404 46650

வெளியீட்டு எண்: 0376

என்னைச் சந்திக்க கனவில் வராதே...
ஆசிரியர்: நா.முத்துக்குமார்

Ennai Sandhikka kanavil varaathe
Author: Na.Muthukumar
Copyright: Jeeva Muthukumar©
1st Edition: Dec - 2020-6th Nov - 2024
ISBN: 978-93-89857-34-4
Pages: 48.

Rs. 70

Publisher • Sales Rights

Discovery Publications
No. 9, Plot,1080A, Rohini Flats,
Munusamy Salai,
K.K.Nagar West, Chennai - 78.
Tamilnadu, India.
Mobile: +91 99404 46650

Discovery Book Palace (P) Ltd
No. 1055-B, Munusamy Salai,
K.K.Nagar West,
Chennai-600 078.
Ph: (044) 4855 7525
Mobile: +91 87545 07070

discoverybookpalace@gmail.com / www.discoverybookpalace.com

இந்த நூலில் பிரசுரமாகியுள்ள எந்த ஒரு பகுதியையும் பதிப்பாளரின் எழுத்துபூர்வமான முன்அனுமதி பெறாமல் எடுத்தாள்வதோ, மறுபிரசுரம் செய்வதோ, மொழியாக்கம் செய்வதோ, அச்சு மற்றும் மின்னணு ஊடகங்களில் மறுபதிப்பு செய்வதோ, காப்புரிமைச் சட்டப்படி தடை செய்யப்பட்டுள்ளது. இந்த நூலிலிருந்து குறிப்பிட்ட பகுதிகளை மேற்கோள் காட்டி புத்தக விமர்சனம் செய்ய, ஊடகங்களுக்கு மட்டும் அனுமதி உண்டு.

உங்கள் மொபைல் போனிலிருந்து ஸ்கேன் செய்து டிஸ்கவரி புக் பேலஸின் மொபைல் ஆப்பை டவுன்லோடு செய்து, புத்தகங்களை வாங்குங்கள்.

சமர்ப்பணம்

அறிவுமதி அண்ணனுக்கும்
73, அபிபுல்லா சாலைக்கும்...

அப்பாவின் புத்தகம்

அப்பாவின் கண்களைப் பார்த்தால்
தீ போல தெரியும்!
அவர் எழுதிய வரிகளோ
பூ போல விரியும்!

அப்பாவின் கைகள்
இரும்பு போல இருக்கும்!
அவரின் கற்பனைகளோ
எரிமலை குழம்பு போல தெறிக்கும்!

அப்பாவின் கால்கள் புலிபோல்
பதுங்கிச் செல்லும்!
அவரின் கருத்துகளோ
எங்கிருந்தாலும் அது வெல்லும்!

அப்பாவின் மூளை அவரது கற்பனைச்
சாலையைக் கடக்கும்!
இது எனது வரப்போகும்
கவிதைப் புத்தகத்தின் தொடக்கம்!

அப்பாவின் புத்தத்தை வாங்கி
தமிழ் வளர்க்க வாருங்கள்!
எங்கள் குடும்பத்தில்
நீங்களும் ஒன்றாக சேருங்கள்!

நன்றி

கவிஞர் **ஆதவன் முத்துக்குமார்.**

டிசம்பர் - 2020.

நா.முத்துக்குமார் (1975)

காஞ்சிபுரம் அருகில் உள்ள கன்னிகாபுரம்தான் நா.முத்துக்குமாரின் சொந்த ஊர். தறிக்கூடத்தின் ஒலியில் வளர்ந்த இவர், கிராம பள்ளிக்கூடத்தில் படித்துமுடித்து, காஞ்சிபுரம் பச்சையப்பனில் இளங்கலை இயற்பியல் பட்டமும், சென்னை பச்சையப்பன் கல்லூரியில் முதுகலை தமிழ் இலக்கியப் பட்டமும், சென்னை பல்கலைக்கழகத்தில் திரைப்பாடல் ஆய்வுக்காக முனைவர் பட்டமும் பெற்றவர்.

இவரது கவிதைகள், ஆங்கிலம், மலையாளம், இந்தி, பிரெஞ்சு, ஜெர்மன் ஆகிய மொழிகளில் மொழிபெயர்க்கப்பட்டு, பல்வேறு பல்கலைக்கழகங்களில் பாடத்திட்டமாகவும் வைக்கப்பட்டுள்ளன.

‘பட்டாம்பூச்சி விற்பவன்’ தொகுப்புக்காக 1997ம் ஆண்டின் ‘ஸ்டேட் பாங்க் விருது’ பெற்றுள்ளார். 1999ஆம் ஆண்டிலிருந்து திரைப்படங்களுக்குப் பாடல்கள் எழுதி வந்த நா.முத்துக்குமார், திரைஇசைப் பாடல்களுக்காக, சிறந்த பாடலாசிரியருக்கான இந்திய அரசின் தேசிய விருது, பிலிம்ஃபேர் விருது, தமிழக அரசின் கலைமாமணி விருது மற்றும் சிறந்த பாடலாசிரியர் விருது என பல விருதுகளையும் பெற்றுள்ளார்.

நா.முத்துக்குமாரின் அனைத்து நூல்களையும் அவரது நினைவுப் பதிப்பாக வெளியிடுவதில் டிஸ்கவரி புக் பேலஸ் பெருமைகொள்கிறது.

இந்த நூல்கள் வெளிவருவதற்குப் பெரிதும் துணையாக இருந்த திரைப்பட இயக்குனர்கள் ஏ.எல்.விஜய், அஜயன் பாலா, படைப்பாளர்கள் பவா செல்லதுரை, கே.வி.ஷைலஜா வழக்கறிஞர் சுமதி ஆகியோருக்கும் மற்றும் நூல்களை வெளியிட அனுமதி தந்த நா.முத்துக்குமாரின் மனைவி ஜீவா, மகன் ஆதவன் முத்துக்குமார் ஆகியோருக்கும் நெஞ்சார்ந்த நன்றிகள்.

நூல்களின் விற்பனை மூலம் பெறப்படும் தொகையில், ஒரு பகுதி நா.முத்துக்குமாரின் குடும்பத்தினருக்கு அளிக்கப்படுகிறது என்பதினால் வாசகர்களும் பெருமையடையலாம்.

- பதிப்பாளர்

காதலும் காற்றும்தான்
இந்த உலகை வாழ வைத்துக்கொண்டிருக்கின்றன.
இனம், மொழி, தேசம் கடந்து
காதல் தன் கால்தடத்தை
அனைவரின் நெஞ்சிலும் விட்டுவிட்டுச் செல்கிறது.

ஜப்பான் தேசத்துக் கவிஞர்களின் காதல் கவிதைகள் இவை.
ஜப்பானியக் கவிதைகளுக்கும்,
தமிழின் சங்ககால கவிதைகளுக்கும்
நிறைய ஒற்றுமைகள் இருப்பது ஆச்சர்யமான ஒன்று.
இந்தக் கவிதைகளை
ஆங்கிலத்திலிருந்து தமிழுக்கு மொழிபெயர்த்துள்ளேன்.
இந்தத் தருணத்தில்,
நூலின் மொழிபெயர்ப்புக்கு
என்னைத் தூண்டிய அறிவுமதி அண்ணனை
நன்றியுடன் நினைத்துக்கொள்கிறேன்.

அன்புடன்,
நா.முத்துக்குமார்

அவள் வளையல் கலகலக்கிறது
அவள் கொலுசு கிளிங்கிடுகிறது
சப்த நெசவை நெய்தபடி,
அவன் வருவதற்கு
ஆயத்தமாகிறாள்.

– யாரோ

கார்கால மலையின்
துளிர் இலைகள்
பழுப்பாகும் காலம்வரை
உன்னுடன் உறங்க
எனக்கு விருப்பம்
நீ என்ன நினைக்கிறாய்?

– யாரோ

சோலைப் பசும்புல்லை
இரவுநிலா
முழுமையாக்குகிறது
வீட்டிலேயே தங்கி
நாம் காதல் கொள்வோமா?

– யாரோ

என்னைச் சந்திக்க கனவில் வராதே...

நம் காதல்
வானவில்போல
எல்லோர் பார்வையிலும்
பட்டால்கூட
எனக்குக் கவலையில்லை
நான்
உன்னை உறிஞ்சிக்கொண்டிருப்பேன்.

– யாரோ

என் புல்லாங்குழல்
எப்போதும் அழுகிறது
சாத்தியம்தான்
அதன் வெற்றிடத்திலிருந்து
என் மனைவியின் ஆத்மா
தனித்து வருவது

– யாரோ

நாணல்களில்
மங்கலான பனி
உயர்ந்து அமர்கிறது
குளிர் மாலையில்
காட்டு வாத்துகளும்
கதறுகின்றன.
காதலா
எவ்வளவு நேரம்
உனக்காகக் காத்திருப்பது

– யாரோ

அஸ்தமனத்தின் பின் பாதைகள்
துல்லியமாகத் தெரிவதில்லை.
நிலவு வரும்வரை காத்திரு
நீ போவதை
அப்போதுதான் என்னால்
காண முடியும்.

   – ஓயாகேமே

மலைக் காற்றில்
மூங்கில் இலைகள்
சலசலக்கின்றன
இங்கில்லாத அவளை
நான் நினைக்கிறேன்

   – காகிநோமோட்டோ

இந்த
செர்ரி மரத்தடியில்
என் காதலிக்காக
பூப்பறிக்கையில்,
கீழ்க்கிளைகளில்
இருந்து விழும் பனி
என் உடல் நனைக்கிறது.

   – காகிநோ மோட்டோ

தோட்டத்தில் களையைப்போல்
பரவுகிறது வதந்தி.
நானும் அவளும்
தோளோடு தோளாக
உறங்குகிறோம்....

– காகிநோ

இலையுதிர்கால மலைகளில்
வண்ண இலைகள் வீழ்கிறது
அவற்றை நான்
திரும்பவும் பொருத்த நேர்ந்தால்
இவளையே
பார்த்துக்கொண்டிருப்பது
சாத்தியமாகலாம்.

– காகிநோ

இன்று காலை
தலை வாரப் போவதில்லை நான்.
காதலனின்
கைத் தலையணையில்
பாதுகாப்பாய் என் கேசம்.

– காகிநோ

உன் முடி வெளுத்துவிட்டது.
என்னை முடிச்சிட்ட
உன் இதயம்
இப்போதும் என்னுள்.
ஒருபோதும்
அந்த முடிச்சை
அவிழ்க்கப் போவதில்லை நான்.

— காகிநோ

மலைப்பாதையை
இலையுதிர்கால
வண்ண இலைகள்
மறைத்துவிட்டன.
என் காதலியை
எப்படி நான் அடைவேன்?

— காகிநோ

என் பார்வை இப்போது
நம் கட்டிலில்
உன் தலையணையையே
உற்று நோக்கியபடி

— காகிநோ

சொர்க்கக் கடலில்
படகோட்டி வரும்
என் காதலனின்
துடுப்புச் சத்தம் கேட்கும் வரை
நான் காத்திருப்பேன்.

       – காகிநோ

என்னவளை
கல்லறையில் விட்டுவிட்டு
மலைப்பாதையில்
நடக்கையில்;
இறந்துபோனதாய்
உணர்கிறேன் நான்.

       – காகிநோ

என் காதலி
எனக்காகக் காத்திருக்கிறாள்
அவளுக்குத் தெரியாது
எனது உடல்
இந்த மலைப்பாறையில்
தங்கியிருப்பது.

       – காகிநோ

என்னைச் சந்திக்க கனவில் வாராதே...

கட்டினால் அவிழும்
கட்டாவிட்டால் நீளும்
கொஞ்சகாலமாய்
உன்னருகில் நான் இல்லை.
எல்லாம் உன்
கூந்தலால்தான்.

– மிக்கட்டா சாம்மி

என் கூந்தல் நீளமென்று
எல்லோரும் சொல்கிறார்கள்.
விட்டுத் தள்ளுகிறேன்.
அது உன் கைபட்டு
தலைவிரிகோலமாவதை
நீயும் அறிவாய்.

– சோனோ ஓமி இகுவா

நீ சொன்னாய்
'நான் வருவேன்'
ஆனால் வரவில்லை

இப்போது சொல்கிறாய்
'நான் வரமாட்டேன்' என்று
ஆகையால்
உன்னை எதிர்பார்க்கிறேன்
உன்னைப் புரிந்துகொள்ள
கற்றுக்கொண்டேனா?

– ஒடோமோ நோ சகாநோ

விழித்தெழுந்து
சுற்றுப்புறத்தை
கைகளால் தடவுகிறேன்.
என்னைச் சந்திக்க
கனவில் வராதே.

– ஒடாமோ மோச்சி

உழவர்கள் கிறீச்சிட
நதி நீர் கிழித்து
குதிரை நடந்து வர
ஆழமில்லாத
ஆற்றைக் கடந்து
உன்னைப் பார்க்க
வருவேன்.

– ஒடாமோ யோகாமோச்சி

மங்கலான ஒளிகொண்ட
புது நிலவைப் பார்க்கையில்,
என் நினைவில்
அந்துப்பூச்சியைப் போன்ற
புருவம் கொண்ட
முன்பு பார்த்த பெண்
வந்து போகிறாள்.

– ஒடாமோ யோகாமோச்சி

கொஞ்சம் காலம்தான்
ஒன்றாயிருந்தோம்.
என்றாலும்
ஆயிரம் ஆண்டுக்குப் பின்னும்
எங்கள் காதல் வாழும்.

– ஒடாமோ யோகாமோச்சி

உன்னைக் காதலிக்காதவளை
நீ விரும்புவது என்பது
கோயிலுக்குச் சென்று
சைத்தானை
வணங்குவது போன்றது.

– காஸா

உன் வியர்வை உறிஞ்சுகிற
உள்ளாடைபோல
உனக்கு நெருக்கமாக
இருக்க விரும்புகிறேன்
எப்போதும்
உன்னையே நினைக்கிறேன்.

– யாமாபே அகாஹிட்டோ

வருடங்கள் என்னைத் தொடுகிறது
வயது என்னை பலவீனமாக்கி
கவலையில் தள்ளுகிறது.
என் கவலையும், கனமும்
விலக வேண்டும்.
மலரைப் போன்ற
உன் அழகிய முகத்தை
பார்க்க விரும்புகிறேன்.

– ப்யூஜிவாரா டோஷியூகி

இவ்வுலகின் வெற்றிடத்தில்
தன் நிறம் மாறாமல்
அவன் இதயம் மட்டும்
ஒரு மலரைப்போல்
நிறம் மங்குகிறது.

– ஒநோ கோமாச்சி

இந்த
நிலவல்லா இரவில்
நீ வரவில்லை
உனக்காக விழித்திருந்தேன்.
என் மார்பகங்கள்
விம்மித் தளர்கிறது.
என் இதயம் எரிகிறது.

– ஒநோ கோமாச்சி

கடல் பூண்டுக்காக
அடிக்கடி வருபவன் அவன்.
அவனுக்கா தெரியாது?
அலை மோதுகிற
பாறையில் படிந்த
பாசி அல்ல
நான் என்று...

      – ஒநோ கோமாச்சி

அவனை
நினைத்து உறங்கினேன்.
அப்புறம் அவன் வந்தான்.
ச்சே!
கனவென்று தெரிந்திருந்தால்
விழித்தே இருக்கமாட்டேன்.

      – ஒநோ கோமாச்சி

உன்னைக் கனவு கண்டு
பாதையில் நடந்தால்
என் பாதம் ஓய்வதில்லை.
ஆனால் இத்தகைய
நெடு நேர காதலை
உன் சிறு பார்வையே
ஈடு செய்கிறது

      – ஒநோ கோமாச்சி

என் புகழ்
புயற்காற்றைப்போல்
வானை அடைகிறது.
இந்த
தலையணைக்கு
எல்லாம் தெரியும்
ஆகையால் நாம்
தலையணை இல்லாமல்
உறங்குவோம்.

— இஸே

கனவில்கூட
என் காதல் அவனுக்குத்
தெரிவதை
நான் விரும்பவில்லை
காலையில்
கண்ணாடியில் பார்க்கையில்
என் முகம் சிவந்திருக்கிறது.

— இஸே

உன் வாக்குறுதி
வறண்ட செடிக்குள்
பனியைப் பெய்தது
ஆனால்,
இப்போது
இன்னொரு
இலையுதிர்காலம்
சத்தமின்றி கடக்கிறது.

— பியூஜிவாரா நோ மோட்டோயோஷி

நான் மகிழ்ச்சியாயில்லை
எதைப் பற்றியும்
அக்கறையில்லை
கடலில் கலந்து
காணாமல் போனாலும்
கவலையில்லை
உன்னைப் பார்க்க வருவேன்.

— பியூஜிவாரா நோ டோஷியூகி

கடற்கரை மணல் நோக்கி
அலை வரும் கூட்டமாய்
ரகசிய இரவின்
கனவுப் பாதையில்
நான் உன்னைக்
காண வருவேன்

— யாரோ

எல்லா நதிகளும்
மலைகளுக்கிடையில்.
உலகின்
எல்லா மாயைகளும்
காதலர்க்கிடையில்,

— யாரோ

கார்கால இரவுகளில்
காதல்
என் இதயத்தை வெல்கிறபோது
நான்
வீட்டை நோக்கிச் செல்வேன்
நதிக்கரை காற்று குளிரும்.

– **கீநோ சுராயூகி**

கண்டிப்பாக வருவதாக
அவள் சொன்னாள்
அதிகாலை ஒளிபட்டு
நிலவு தகிக்கும் வரை
காத்திருந்தேன்.

– **துறவி சோசை**

பலத்த காற்றில்
உடைந்த நெக்லசாய்
சிதறுகிறது பனி.

– **பன்யா நோ அகாயூசூ**

அவளை
பார்த்ததற்கு முந்தைய
நாட்களை நான்
நினைத்துப் பார்க்கிறேன்
அப்போது நான்
பிரச்சினையின்றி இருந்தேன்.

- பியூஜியாரா நோ அட்சுடாடா

யாரோ போகிறான்
நான் வியக்கிறேன்,
அது அவனாக இருந்தால்
நள்ளிரவு நிலா
மேகத்தால் மூடியிருக்கும்.

- முராசகி ஷிகிபு

காலை நிலவே
பனி விலகுவது போல்
அவளைப் பிரிந்தேன் நான்.
எதையும் வெறுக்கவில்லை
பகல் மேகத்தில்
நிறையவே ஒளி.

- மிபூநோ டாடாமி

ஆம்
நான் காதலிக்கிறேன்
அவர்கள்
என்னைப் பற்றிப் பேசுகிறார்கள்
இதெல்லாம்
அறியாமலே
நான் காதலிக்கிறேன்.

– மிபூநோ டாடாமி

உயர் ரக துணியில்
வரைந்துள்ள கொடியைப்போல்
என் மனம் சிதறியுள்ளது
எல்லாம் உன்னால்தான்.
ஆனாலும்
என் காதல்
அப்படியேதான் உள்ளது.

– மினமோட்டோ

நம் காதல் முடிந்ததா?
குளத்து நீரின் பளபளப்பை
நம் காதல் சின்னமென
எண்ணியிருந்தோம்.
களையும் பூண்டும்
மூடியுள்ளன
இப்போது குளத்தை.

– மிசிட்சுனா

எவ்வளவுதான் மறைத்தாலும்
என் முகம் காட்டிக் கொடுத்தது
என் காதலை.
ஆகையால்
அவன் கேட்கிறான்;
"எதைப் பற்றியாவது
நினைத்துக்கொண்டிருக்கிறாயா?"

— தய்ரா

மலையுச்சியில்
மூங்கில் இலைகள்
காற்றில் சலசலக்கிறது
அவனை நான்
எப்படி மறப்பேன்.

— டைனிநோ சன்மி

நம் சந்திப்புக்கு
ஏற்கெனவே நேரமாகிவிட்டது.
ஆனால்
ஆழமற்ற நதியில் ஒரு சோகம்.
அங்கு படகோட்டிகள்
அழுதுகொண்டிருப்பார்கள்.

— இஸேதயூ

எல்லாம் தெரிந்தாலும்
எதுவும் சொல்லாது
இந்த தலையணை.
வசந்த கால இரவில்
நம் கனவைப் பற்றி
பேசத் தொடங்குவாயாக.

— இசுமி ஷிகிபு

ஒரு கம்பளியை
வீட்டுக்கு வாங்கினேன்.
அதன்
சிவப்பு நிறம்
நினைவுபடுத்துகிறது
என் காதலின்
பிரத்யேக உடைமை.

— இசுமி ஷிகிபு

இது மழைக்கும்
பனிக்குமான நேரம்
இரவுகளை
தூங்காமல் கழிக்கிறேன்
அஸ்தமிக்கும்
பனியை ஒன்று சேர்ப்பதுபோல்
உன் காதல்.

— இசுமி ஷிகிபு

நீ என்னை
பார்க்க வருகின்ற
மாலை நேர பாதை
உகந்ததாயில்லை
அதனூடே
சோக நூலெடுத்து
வலை பின்னியிருக்கிறது
சிலந்தி.

    – இசுமி ஷிகிபு

உலகில் அப்புறம்
நான் நினைக்கப்படுவேனா?
இல்லை மறக்கப்படுவேனா?
நம் கடைசிச் சந்திப்பு
என்னவாகும்?

    – இசுமி ஷிகிபு

நம் சந்திப்பினூடே
கோயில் மணிச்சத்தத்தை
நான் கவனிக்கிறேன்.
இரண்டு மணிச் சத்தத்திற்கு
இடைப்பட்ட
நேரத்தில்கூட
உன்னை நான் மறக்க மாட்டேன்.

    – இசுமி ஷிகிபு

நிலவு மறையும் வரை
பார்த்துக்கொண்டிருப்பதைவிட
அவனுக்காகக் காத்திராமல்
முழு இரவையும்
உறங்கிக் கழிப்பது
மிகவும் நல்லது.

– அகோசோம் இமான்

நான் காத்திருக்கப் போவதில்லை
மெல்ல கசியும் நிலவையும்
விடைபெறும் இரவையும்
கவனிப்பதைவிட
உறக்கமும், கனவும்
எவ்வளவோ மேல்.

– இசுமி ஷிகிபு

அந்த கார்கால இரவில்
உன் தலையணை தோளில்
நான் படுத்திருந்தேன்
கனவில் தவிர
இது எப்போதும்
நிகழ்வதில்லை.

– சூவோ

அவன் எப்போதும் என்னை
காதலிப்பானா?
அவன் இதயத்தை என்னால்
அறிய முடியவில்லை.
இன்று காலை
என் நினைவுகள் எல்லாம்
கலைந்துள்ளன
என் கூந்தலைப்போலவே.

— ஹாரிகாவா

நீ வரவில்லை
மௌன மாலையில்
கடற்கரையில் காத்திருந்தேன்.
வெடிக்கும் கடல் நீர்போல்
எனக்குள் ஜுவாலைகள்

— பியூஜிவாரா நோ சடாய்

அந்த நாள்;
அது வந்தபின்தான்
முற்றிலும்
புதியவர்களைக்கூட
நான் கடிந்துகொள்கிறேன்.

— சாய்கோ

வாழ்க்கை
நகைகளை துளைக்கிற
நூலைப்போன்றது
துளைக்க விரும்பினால்
உடனே துளை.
இனியும் நான் வாழ்ந்தால்
சேர்ந்து போய்
ஒளித்து வைத்த என் காதலை
கூறுவேன்.

– இளவரசி ஷிகிஷி

வரவே வராத கடந்த காலத்தில்
உறங்குகிறேன்
என் தலையணையைச் சுற்றி
என் கனவில்
ஆரஞ்சு நிற பூக்கள்
என் பிரிந்துபோன காதலனின்
வாசனையுடன் மிதக்கிறது.

– இளவரசி ஷிகிஷி

ஆரம்பத்திலிருந்தே
சந்திப்புகள்
பிரிவில்தான் முடியும்
என்பதை அறிவேன்
ஆனாலும்
சூர்யோதயம் வெறுத்து
என்னை உன்னிடம் தருவேன்

– பியூஜிவாராநோ தைக்கா

காலம் மாறியதற்கேற்ப
நான்
ஆடைகளை மாற்றுகிறேன்
அவன் இதயம் போலவே
மங்கும் தன்மையுள்ள
சிவந்த நிறத்துக்கு

    – **சைன்ஸி**

உன்னை முடிவெட்டச் சொல்லி
எப்படிக் கட்டளையிடுவேன்?
வில்லாய் உன்னை வளைக்க
எப்போதும் முயன்றதில்லை.
ஒரு சந்நியாசினியைப்போல்
உன்னைத் தொடர்கிறேன்.

    – **யோகோபோ**

யாருக்குத்தெரியும்?
என் இதய மலையின்
ஆழ் பள்ளத்தில்
என் காதல்
ஒரு நெருப்புப் பறவையாக
புகைந்துகொண்டிருப்பது.

    – **அபூட்சு**

ஒருத்தருக்கு ஒருவர்
உடை அணிவித்தோம்
ஆழ் இரவை
வழியனுப்ப விரைந்தோம்
கட்டிலில் எங்கள்
சோம்பேறித் தொடைகள்
தொட்டுக்கொண்டன
விடியலில் பிடிபட்டோம்.

— மன்னர் இபூகு

பூனைகள்
கோயிலில் ஒன்று சேர்கின்றன
ஆனால் இவ்விடத்தில்
கணவனும் மனைவியும்
இணைவதை மட்டும்
மனிதர்கள்
குற்றஞ் சாட்டுகிறார்கள்

— கவாய்

இரவின் ஆரம்பத்தில்
பனி பெய்தது
இப்போது நட்சத்திரங்கள்
உலகை நிரப்புகிறது.
விரிந்த கூந்தல்
என் முகம் மறைக்கிறது.

— யசானா அகிகோ

அவளுக்காக
இந்த செம்பூவை
செடியிலேயே விடுகிறேன்
அவளறியாமல்
ஒளித்து வைக்கிறேன்,
என் கண்ணீரை.
நான் எடுத்துக்கொண்டது
மறதிப் பூவை மட்டும்.

– யமகாவா டோமிகோ

இளவேனிற்கால
வெண் நிலவுக்குள்
என்னை ஒளித்து வைப்பேன்.
அதற்கு முன்
என் காதல்
உன்னிடம்
சொல்லப்பட்டிருக்கும்.

– சைனோ மசாகோ

கண நேரம்தான்
அந்த வெண் பறவையை
நான் கண்டேன்.
இப்போது காதல் கொள்கிறேன்.

– யசானா அகிகோ

என்னைச் சந்திக்க கனவில் வராதே...

வெப்பமான இல்லத்தில்
எல்லையில்லா என் கேசத்தில்
தாமரைப்பூ வாசம்.
வெளிர் ரோஜாவைப் போன்ற
இரவின் முடிவை
அச்சத்துடன் பார்க்கிறேன்.

– யசானா அகிகோ

அவன் இசைக்குறிப்பு
அற்புதமானது
என் மார்புக்குள்ளிருந்து
வரும் ஒலி அது

– யசானா அகிகோ

கருங்கூந்தல்
இழைகளால் சிக்கலுற்றது.
சிக்கல் முடியில்
சிக்கல் மனதில்
ஆழ் இரவில்
காதல் கொள்வதும் சிக்க்

– யசானா அகிகோ

விடை கொடுக்கும்படி
என்னைத் தூண்டுகிறான்.
பதில் சொல்ல வெறுப்பு
அப்புறம் அவன்
என் கை விட்டுப் போகிறான்.
மென்மையுடன் இருட்டில்
அவனது உடைவாசம்.

— யசானா அகிகோ

எதுவும் பேசாதே
எதுவும் நினைக்காதே
பெயர், விதி எதைப்பற்றியும்
கேள்விகள் வேண்டாம்.
இங்கு
நீயும் நானும்
ஒருவரை ஒருவர்
பார்த்தபடி இருப்போம்.

— யசானா அகிகோ

அன்று மாலை
நீ சென்ற பின்
நாங்கள் இருவரும்
தூணுக்கு கீழ் அமர்ந்து
பூச்செடியைப் பற்றி
கவிதை எழுதினோம்.

— யசானா அகிகோ

இந்த இலையுதிர்காலம் முடியும்
எதுவும் இழப்பில்லை
நம் வாழ்வை கட்டுப்படுத்தும் விதி.
உன் வலிமையான கைகளால்
என் மார்பகங்களை சீராட்டு

      – யசானா அகிகோ

அவள் கனவுகளுக்கு
என்னைக் கொடுப்பேன்
என்னருகில்
அவள் உறங்குகையில்
அவளது பாடலை
அவள் காதில்
மெல்ல உச்சரிப்பேன்.

      – யசானா அகிகோ

ஒரு வார்த்தையுமின்றி
ஒரு உரிமையுமின்றி
மாதத்தின் ஆறாவது நாளில்
வளைந்தபடி,
இணைந்தபடி,
ஒரு ஆணும், இரண்டு பெண்களும்.

      – யசானா அகிகோ

போன இலையுதிர்காலத்தில்
ரொம்பவும் கஷ்டப்பட்டோம்.
இப்போது
இந்தக் குளிர்காலத்தில்
காற்று குளத்தைவிட்டுப்
போய்விட்டது
ஒருவர் உள்ளங்கை
மற்றவர் கையில் சில்லிட
அவனும் நானும் நிற்கிறோம்.

    – யசானா அகிகோ

நிலவின் கீழ்
பூக்களில் நடப்பதாய்
எனக்குள் ஒரு மாயை
நீ அருகிருக்கும்போது,

    – யசானா அகிகோ

என் மார்பு தொடு
மர்மத்திரை விலகி
யௌவனம் மலரும்
சிவந்த, மணமுள்ள
மலர் அது.

    – யசானா அகிகோ

நீண்ட பெருமூச்சுடன்
சோகமும் சந்தோஷமும்
காதலை வெல்கிறது
மரத்துக்குப்பின்
மெல்ல மெல்ல
நிலவு எழுகிறது.

– யசானா அகிகோ

கடைசியில் இங்கு வந்து
என் ஆசையை நோக்குகையில்
நான் உணர்ந்தேன்.
நான்
இருட்டைப் பற்றி
கவலைப்படாத
குருடன் என்று

– யசானா அகிகோ

யாரங்கே?
நான்தான்.
நான்தானென்றால்?
நான் நான்தான்.
நீ தானா நீ?
என்சுட்டுப் பெயரை
எடுத்துக் கொண்டவன்.
கடைசியில்
நாம் நாமானோம்.

– மாரிஷிகு

சொர்க்க நிதியில்
பூப்படகில்
மிதக்கும் முன்பு
நான் உன் தலையை
என் தொடைகளுக்கிடையில்
இறுக்கி அழுத்தினேன்.

    – மாரிஷிகு

நீண்ட இரவிலிருந்து மீண்டு
காதல் கொள்கையில்
என் முகாமிட்ட கூந்தலின்
பின்னுள்ள
வாசனை அஸ்தமனத்தை
என்னால் மறக்க முடியாது.

    – மாரிஷிகு

முன்புக்கும் முன்பு
உஜி நகர பாலத்தில்
நம் சின்ன படகில்
நெருப்பு மிதக்கிற
மேகத்தில் நாம்
படுத்துக்கிடந்தோம்.

    – மாரிஷிகு

உன்னைக் காதலிப்பது
கடல் நீரைக் குடிப்பது போன்றது
எவ்வளவு குடித்தாலும்
அவ்வளவு தாகம்.
முழுக்கடலையும்
குடிப்பதுதான்
தாகம் தீர வழியில்லை.

— மாரிஷிகு

வண் தொடையில்
மென் முத்தமிட்டு
என்னை எழுப்பினாய்
அதிகாலை உலகின்
முதல் பனியை
உனக்களித்தேன்.

— மாரிஷிகு

இசைக்கருவியை
புதியவன் இசைப்பதுபோல்
உன் நாக்கு
என்னுள் நகர்கிறது
முத்துக்குள்
அகப்பட்ட
ஒளியைப்போல்
நான் வெற்றிடத்தில் சுழல்கிறேன்.

— மாரிஷிகு

சற்று முன்னதாகவே
வந்துவிட்டது
இளவேனிற் பொழுது
புன்னை, செர்ரி
வெந்வந்தி
எல்லாம் மலர்ந்தபடி
நிலவுக்குக் கீழ்
இரவின் வாசனை
உன் உடலைப்போல்

– மாரிஷிகு

உன் பழைய
காதல் கடிதங்களை
நான் கண்டேன்.
இதுவரை பிரசுரமாகாத
கவிதைகள்
என்னைப் பற்றி எழுந்தவை.

– மாரிஷிகு

சூரிய உதயம்
நிலவு
நட்சத்திரம்
ஒளித்துகள்
மின்விளக்கு
எல்லாவற்றையும்விட
இவ்வுலகத்துக்கு காதல் ஒளியூட்டும்

– மாரிஷிகு

கவிஞர்களைப் பற்றிய குறிப்புகள்

ABUTSUNI

பனிரெண்டாம் நூற்றாண்டு பெண் கவிஞர் மன்னர் குயினி நைசினோ அவைப்புலவராக இருந்தவர். டைரி ஆஃப் ஹெர்ஜர்னி என்ற இவருடைய புத்தகம் ஜப்பானிய உரைநடையின் மகுடமாகப் போற்றப்படுகிறது.

YAMABI NO AKAHITO

இவர் ஏழாம் நூற்றாண்டைச் சேர்ந்தவர். பேரரசர் ஷோமு காலத்தைச் சேர்ந்த கவிஞர். குறுங்கவிதைகள் எழுதுவதில் வல்லவர்.

LAD AKAZOME EMON

இவர் பத்தாம் நூற்றாண்டைச் சேர்ந்தவர். கவிஞர் தைராவரின் மகள். ஜப்பானில் பெண் கவிஞர்களுக்கான அவையைத் தோற்றுவித்தவர்களுள் ஒருவர்.

YASONA AKIKO (1878 - 1942)

இவரும், கவிஞர் ஹிரோஷியும் சேர்ந்து புதிய கவிஞர்கள் சங்கம் என்ற ஒன்றை ஆரம்பித்தனர். மார்னிங் ஸ்டார் என்ற பத்திரிகையை இவர்கள் நடத்தினர். இவர் ஜப்பானின் முக்கிய பெண் கவிஞராகக் கருதப்படுகிறார். கவிதை, நாவல், கட்டுரை, குழந்தைக் கதைகள், தேவதைக்கதைகள்

என பல பரிமாணங்களில் பிரகாசித்தவர், தங்கா வகைக் கவிதைகளில் இவருடைய படைப்பாளுமையை விமர்சகர்கள் போற்றுகின்றனர்.

BUNYA NO ASAYASU

ஒன்பதாம் நூற்றாண்டைச் சேர்ந்தவர், மன்னர் தைகோ கேட்டதால் கவிதைப் பட்டறையில் கவிதை எழுத ஆரம்பித்தவர்.

FUJIWARA NO ATSUTADA

இவர் ஒன்பதாம் நூற்றாண்டைச் சேர்ந்த கவிஞர். மாநில அரசின் அவையிலிருந்தவர்.

DAINI NO SANMI

பத்தாம் நூற்றாண்டு பெண் கவிஞர். கவிஞர் முராசகி ஷிகிபுவின் மகள்.

CHINO MASAKO (1880 - 1946)

கவிஞர் ஜைனோ ஷோஸோவின் மனைவி. ஐரோப்பிய நாடுகளில் சுற்றுப்பயணம் முடித்து பிற்காலத்தில் மகளிர் பல்கலைக்கழகமொன்றில் கவிதைக்கான பேராசிரியராக இருந்தவர்.

EIFUKU MON - IN (1271 - 1372)

மன்னர் ஃப்யூஷிமியின் மனைவி, அகிகோ என்பது இவரது புனைப்பெயர்.

KAKINOMOTO NO HITOMORO

இவர் ஏழாம் நூற்றாண்டைச் சேர்ந்த கவிஞர். பேரரசர் சோமு சபையில் மன்னரது

அந்தரங்க ஆலோசகராக இருந்தவர். அவருடைய காலகட்டத்தில் ஜப்பானின் மிக முக்கியமான கவிஞராகக் கருதப்பட்டவர்.

LADY HARIKAWA

இவர் பனிரெண்டாம் நூற்றாண்டின் பிற் பகுதியைச் சேர்ந்த பெண் கவிஞர்.

LADY ISE

இவர் பத்தாம் நூற்றாண்டு பெண் கவிஞர், இளவரசர் அட்சயோசியின் காதலி. இவர்களிருவருக்கும் பிறந்தவர்தான் நகாட்சுகாசா என்ற பெண் கவிஞர். பின்னர் பேரரசர் உடாவின் மனைவியாகி யுகி அகாரி என்ற கவிஞரைப் பெற்றெடுத்தார்.

ISE TAYU

இவர் பதினொன்றாம் நூற்றாண்டைச் சேர்ந்த பெண் கவிஞர். தலைமைத் துறவியாக இருந்தவர்.

LADY ISUMI SHIKUBU

இவர் பத்தாம் நூற்றாண்டைச் சேர்ந்த பெண் கவிஞர், புத்தமத கருத்துகளை கவிதையில் மிக நேர்த்தியாகப் பதிவு செய்தவர் என்று கருதப்படுபவர்.

THAIRA NO KANEMORI

இவர் பத்தாம் நூற்றாண்டைச் சேர்ந்தவர் என்பதைத் தவிர இவரைப் பற்றிய வேறு தகவல்கள் கிடைக்கவில்லை.

LADY KASA

எட்டாம் நூற்றாண்டைச் சேர்ந்த பெண் கவிஞர்.

KAWAI CHIGETSU (1632 - 1736)

ஹைக்கூ கவிஞர் பாஷோவின் சீடரான இந்தப் பெண் கவிஞர், தங்கா வகைக் கவிதைகளில் முக்கியமானவராகக் கருதப்படுகிறார்.

ONO NO KOMACHI (834 - 850)

இவர் ஜப்பானிய மிகச்சிறந்த ஆறு கவிஞர்களில் ஒருவராகக் கருதப்படுபவர். அழகியான இவர், தமது கடைசிக் காலத்தில் பிச்சை எடுத்து இறந்தார் என்றும் ஒரு வதந்தி உண்டு. அந்தக் காலகட்டத்திலேயே மிகத் தைரியமான காதல் கவிதைகளை எழுதியவர்.

MARICHIKO

இவர் இந்திய வம்சாவளியைச் சேர்ந்த ஒரு ஜென் துறவி.

MOTHER OF MICHITSUNA

இவர் பத்தாம் நூற்றாண்டைச் சேர்ந்த பெண் கவிஞர்.

MIKATA SHAMI

இவர் எட்டாம் நூற்றாண்டைச் சேர்ந்தவர். இவர் சீனமொழியிலும் கவிதைகள் எழுதியுள்ளார்.

PRINCE FUJIWARA NO MOTOYOSHI

இவர் மன்னர் யோஷியின் மகன். எட்டாம் நூற்றாண்டைச் சேர்ந்தவர்.

LADY MURASHAKI SHIKUBU (974 -1031)

ஜப்பானிய இலக்கியத்தில் முக்கியமானவராகக் கருதப்படுபவர் இவருடைய 'தி டேல் ஆஃப் கெஞ்சி', உலக இலக்கியமாகப் போற்றப்படுகிறது.

LADY SONO NO OMI IKUHA

இவரைப் பற்றி எந்தத் தகவலும் கிடைக்கவில்லை.

OYAKEME

பூஸனைச் சேர்ந்த பெண் என்பதைத் தவிர வேறு தகவலில்லை.

FUJIWARA NO SADAIE (1162-1242)

நூறு கவிஞர்களின் நூறு கவிதைகள் என்ற புத்தகத்தைத் தொகுத்தவர். பிரைட் மூன் டைரி என்பது இவருடைய தொகுப்பு.

SAIGYO (1118 - 1190)

இவர் தனது கடைசிக் காலத்தில் துறவியாக ஜப்பான் முழுதும் பயணம் செய்து கவிதைகள் இயற்றியவர்.

LADY OTOMO NO SAKANOE

இவர் எட்டாம் நூற்றாண்டைச் சேர்ந்த பெண் துறவி.

PRINCESS SHIKISHI

இவர் பனிரெண்டாம் நூற்றாண்டைச் சேர்ந்த பெண் துறவி.

SHUZEI'S DAUGHTER (1171 - 1252)

இவர் ஒரு பெண் துறவி.

SOSFI

இவர் ஒன்பதாம் நூற்றாண்டைச் சேர்ந்தவர்.

LADY SUO

இவர் பதினொன்றாம் நூற்றாண்டைச் சேர்ந்த அரசவைக் கவிஞர்.

MIBU NO TADAMI

இவர் ஒன்பதாம் நூற்றாண்டைச் சேர்ந்தவர்.

MINANOTO NO TORU

இவர் ஒன்பதாம் நூற்றாண்டைச் சேர்ந்தவர்.

FUJIWARA NO YOSHIFUSA (804 - 872)

அரசவைக் கவிஞராக இருந்தவர்.

FUJIWARA NO TOSHIYUKI

இவர் எட்டாம் நூற்றாண்டைச் சேர்ந்தவர். அரசாங்க அதிகாரியாகப் பணியாற்றியவர்.

KI NO TSURAYUKI (882 - 946)

இவருடைய காலகட்டத்தின் முக்கிய கவிஞராக கருதப்பட்டவர்.

OTOMO NO YAKAMOCHI (718 - 785)

இவர் அரசு அதிகாரியாக இருந்தவர்.

YAMAKAWA TOMIKO (1879 - 1909)

'தி காக்மென்ட் ஆஃப் லவ் மேகிங்' என்பது இவருடைய தொகுப்பு.

FUJIWARA NO THAIKA

இவர் பதினொன்றாம் நூற்றாண்டைச் சேர்ந்த கவிதைகளைத் தொகுத்தவர். இவர் தமது கடைசிக் காலத்தில் இளம்பெண்களுக்கு எழுதிய கடிதங்கள் மிகச்சிறந்த காதல் கவிதைகளாகப் போற்றப்படுகின்றன.

YOKONUE

இவர் பனிரெண்டாம் நூற்றாண்டைச் சேர்ந்தவர். அரண்மனையில் பணிப் பெண்ணாக இருந்த இவரை மந்திரியின் மகன் காதலிக்க, மந்திரி எதிர்த்ததால் இவருடைய காதலன் மொட்டைத் தலையுடன் துறவியாக மாற, இவரும் பௌத்த துறவியாக மாறினார். இருவரும் பரிமாறிக்கொண்ட கடிதங்கள் மிகச்சிறந்த காதல் கவிதைகளாக கருதப்படுகின்றன.

டிஸ்கவரி புக் பேலஸ் வெளியீடுகள்

நா.முத்துக்குமாரின் படைப்புகள்

1. பட்டாம்பூச்சி விற்பவன் — ரூ.80
2. நியூட்டனின் மூன்றாம் விதி — ரூ.80
3. குழந்தைகள் நிறைந்த வீடு — ரூ.100
4. பச்சையப்பனிலிருந்து ஒரு தமிழ் வணக்கம் — ரூ.100
5. கிராமம் நகரம் மாநகரம் — ரூ.130
6. அ'னா ஆ'வன்னா — ரூ.120
7. கண்பேசும் வார்த்தைகள் — ரூ.140
8. பால காண்டம் — ரூ.90
9. என்னைச் சந்திக்க கனவில் வராதே — ரூ.60
10. நினைவோ ஒரு பறவை — ரூ.200
11. நா.முத்துக்குமார் கவிதைகள் — ரூ.400

நா.முத்துக்குமாரின் இந்த 11 புத்தகங்களின் விலை ரூ.1500

மொத்தமாக வாங்கினால் ரூ.1300 மட்டும்